Unang Larawan na Diksyunaryo
Mga Hayop
First Picture Dictionary
Animals

Baboy
Pig

Paru-paro
Butterfly

Soro
Fox

Kuneho
Rabbit

Iginuhit ni Anna Ivanir

www.kidkiddos.com
Copyright ©2025 by KidKiddos Books Ltd.
support@kidkiddos.com

All rights reserved. No part of this book may be reproduced in any form or by any electronic or mechanical means, including information storage and retrieval systems, without written permission from the publisher, except in the case of a reviewer, who may quote brief passages embodied in critical articles or in a review.
First edition, 2025

Library and Archives Canada Cataloguing in Publication
First Picture Dictionary – Animals (Tagalog English Bilingual edition)
ISBN: 978-1-83416-780-0 paperback
ISBN: 978-1-83416-781-7 hardcover
ISBN: 978-1-83416-779-4 eBook

Mga Mababangis na Hayop
Wild Animals

Leon
Lion

Tigre
Tiger

Giraffe
Giraffe

Elepante
Elephant

Unggoy
Monkey

✦ Ang giraffe ang pinakamataas na hayop sa lupa.
✦ *A giraffe is the tallest animal on land.*

Mga Mababangis na Hayop
Wild Animals

Hippopotamus
Hippopotamus

Panda
Panda

Soro
Fox

Rinoceronte
Rhino

Usa
Deer

Moose
Moose

Lobo
Wolf

✦ Ang moose ay mahusay lumangoy at kayang sumisid sa ilalim ng tubig upang kumain ng mga halaman!

✦ A moose is a great swimmer and can dive underwater to eat plants!

Ardilya
Squirrel

Koala
Koala

✦ Ang ardilya ay nagtatago ng mga mani para sa panahon ng taglamig, ngunit minsan nakakalimutan kung saan niya inilagay ang mga ito!

✦ A squirrel hides nuts for winter, but sometimes forgets where it put them!

Gorilya
Gorilla

Mga Alagang Hayop
Pets

Canary
Canary

✦ *Ang palaka ay kayang huminga gamit ang balat nito pati na rin ang baga!*
✦ A frog can breathe through its skin as well as its lungs!

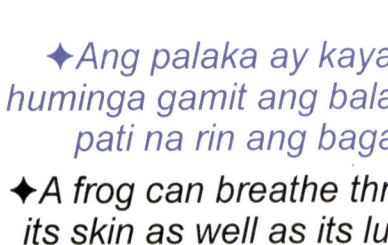

Guinea Pig
Guinea Pig

Palaka
Frog

Hamster
Hamster

Goldfish
Goldfish

Aso
Dog

✦ *Ang ilang parrot ay kayang gumaya ng mga salita at tumawa na parang tao!*

✦ *Some parrots can copy words and even laugh like a human!*

Pusa
Cat

Parrot
Parrot

Badger
Badger

Urong
Porcupine

Daga sa lupa
Groundhog

◆ *Ang butiki ay kayang tumubo muli ng buntot kapag ito'y naputol!*
◆ A lizard can grow a new tail if it loses one!

Butiki
Lizard

Langgam
Ant

Mabangis na Pusa
Wild Cats

Puma
Puma

Leon
Lion

Cheetah
Cheetah

Lynx
Lynx

✦ *Ang cheetah ang pinakamabilis na hayop sa lupa.*
✦ A cheetah is the fastest animal on land.

Pantera
Panther

Maliit na Mga Hayop
Small Animals

Kamelyon
Chameleon

Gagamba
Spider

♦ Ang ostrich ay ang pinakamalaking ibon, ngunit hindi ito marunong lumipad!
♦ An ostrich is the biggest bird, but it cannot fly!

Bubuyog
Bee

♦ Ang suso ay dala ang bahay nito sa likod at gumagalaw nang napakabagal.
♦ A snail carries its home on its back and moves very slowly.

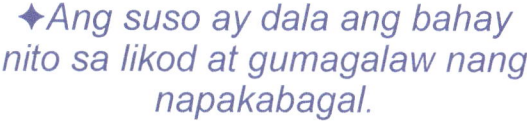

Suso
Snail

Daga
Mouse

Mga Hayop sa Gabi
Nighttime Animals

Alitaptap
Firefly

Badger
Badger

Ibon na Kiwi
Kiwi Bird

Leopardo
Leopard

Hedgehog
Hedgehog

Owl
Owl

Paniki
Bat

✦ *Ang alitaptap ay kumikislap sa gabi upang makahanap ng ibang alitaptap.*
✦ A firefly glows at night to find other fireflies.

✦ *Ang kuwago ay nangangaso sa gabi at gumagamit ng pandinig upang makahanap ng pagkain!*
✦ An owl hunts at night and uses its hearing to find food!

Rakun
Raccoon

Tarantula
Tarantula

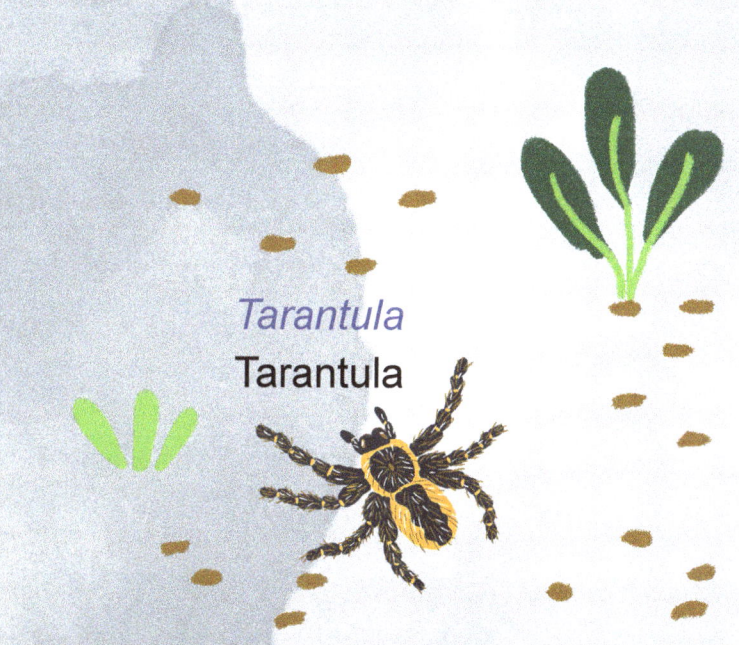

Makukulay na mga Hayop
Colorful Animals

Ang flamingo ay kulay rosas

A flamingo is pink

Ang kuwago ay kulay kayumanggi

An owl is brown

Ang swan ay kulay puti

A swan is white

Ang pugita ay kulay ube

An octopus is purple

Ang palaka ay kulay berde

A frog is green

✦ *Ang palaka ay kulay berde, kung kaya ay kaya nitong magtago sa mga dahon.*

✦ A frog is green, so it can hide among the leaves.

Ang polar bear ay kulay puti
A polar bear is white

Ang soro ay kulay kahel
A fox is orange

Ang koala ay kulay abo
A koala is grey

Ang pantera ay kulay itim
A panther is black

Ang sisiw ay kulay dilaw
A chick is yellow

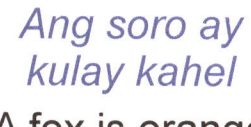

Mga Hayop at ang Kanilang mga Sanggol
Animals and Their Babies

Baka at Bisiro
Cow and Calf

Pusa at Kuting
Cat and Kitten

Manok at Sisiw
Chicken and Chick

✦ *Ang sisiw ay nakikipag-usap sa kanyang ina kahit hindi pa ito napipisa.*
✦ *A chick talks to its mother even before it hatches.*

Aso at Tuta
Dog and Puppy

Paruparo at Uod
Butterfly and Caterpillar

Tupa at Kordero
Sheep and Lamb

Kabayo at Bisiro
Horse and Foal

Baboy at Biik
Pig and Piglet

Kambing at Batang Kambing
Goat and Kid

www.ingramcontent.com/pod-product-compliance
Lightning Source LLC
LaVergne TN
LVHW072103060526
838200LV00061B/4801